Cécile Laine

灰色 星球
huīsè xīngqiú

The Gray Planet

朱新宇
Xinyu Zhu

杜雁子
Dù Yànzi

For additional resources, visit:

www.towardproficiency.com

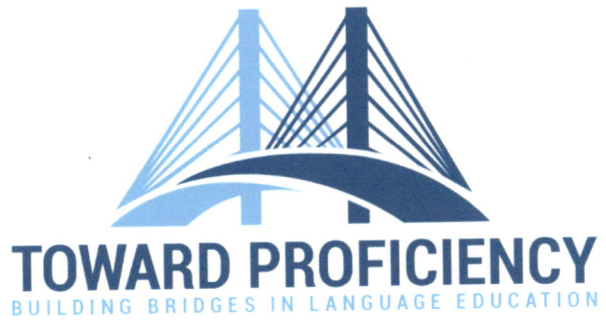

Copyright © 2024 Cécile Lainé

All rights reserved. No part of this publication may be reproduced, stored in a retrieval system or transmitted, in any form or by any means, electronic, mechanical, photocopying, recording or otherwise, without permission in writing from Cécile Lainé.

ISBN: 979-8-9893877-1-7

致谢

我的 插画家: Alkinz

我的 爸爸 妈妈, 先生 和 两个 女儿

和

我的 翻译者: 朱新宇

我的 同事: 杜雁子

我的 学生们

插画家 = illustrator   翻译者 = translator   同事 = colleague

zhì xiè

wǒde chāhuàjiā : Alkinz

wǒde bàba māma, xiānshēng hé liǎng gè nǚér

hé

wǒde fānyìzhě: Xinyu Zhu

wǒde tóngshì: Dù Yànzi
Diane Neubauer

wǒde xuéshēngmen

chā huà jiā = illustrator   fān yì zhě = translator   tóng shì = colleague

人物

Téa

Issa
Téa 的 姐姐

Nen
Issa 和 Téa 的 妈妈

Éru

Sorya
城市 的 领导

Racas

Ptéro
Téa 的 小 机器人

城市 = city　　领导 = leader　　　　　　　机器人 = robot

rénwù

Téa

Issa
Téa de jiějie

Nen
Issa hé Téa de māma

Éru

Sorya
chéngshì de lǐngdǎo

Racas

Ptéro
Téa de xiǎo jīqìrén

chéngshì = city   lǐngdǎo = leader   jīqìrén = robot

能力 = power　　　水 = water　　　危险 = danger

机器人 = robot

回去 = go back

huíqù = go back

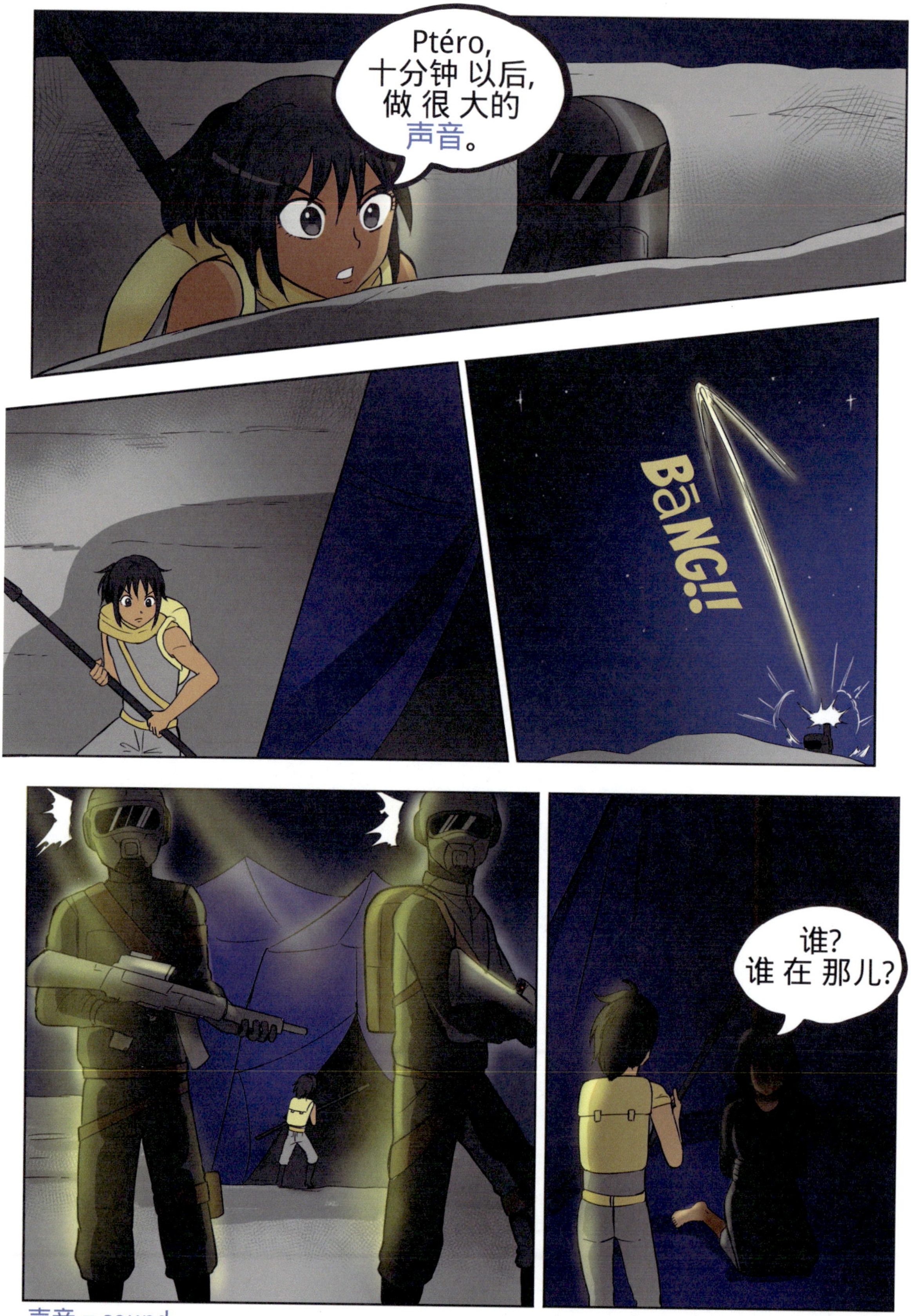

声音 = sound

眼睛 = eyes　　　伤 = hurt　　　能力 = power　　　更大 = greater

yǎnjīng= eyes   shāng = hurt   néngli = power   gèng dà = greater

11

星球 = planet　　水 = water　　所有的 = all of

xīngqiú = planet   shuǐ = water   suǒyǒude = all of

危险 = danger   城市 = city

得向北走 = must go north   能力 = power   更大 = greater

Wǒmen děi xiàng běi zǒu.

Wéi shénme?

Wǒ kàn bù jiàn yǐhòu, wǒde nénglì gèng dà le!

Wǒ yào zhīdào wǒ de nénglì wèishénme gèng dà le. Wǒmen yào qù kàn Éru. Tā huì zhīdào wèi shénme.

Yī gè xiǎoshí yǐhòu...

děi xiàng běi zǒu = north   nénglì = power   gèng dà = greater

14

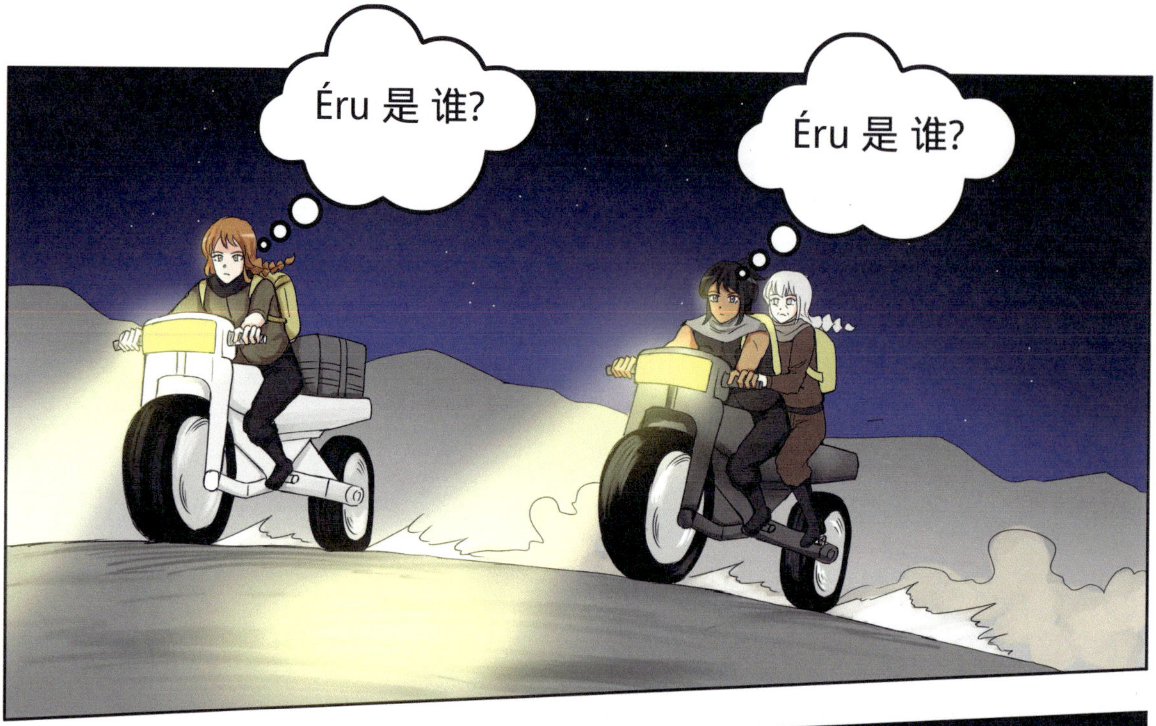
Éru 是 谁?
Éru 是 谁?

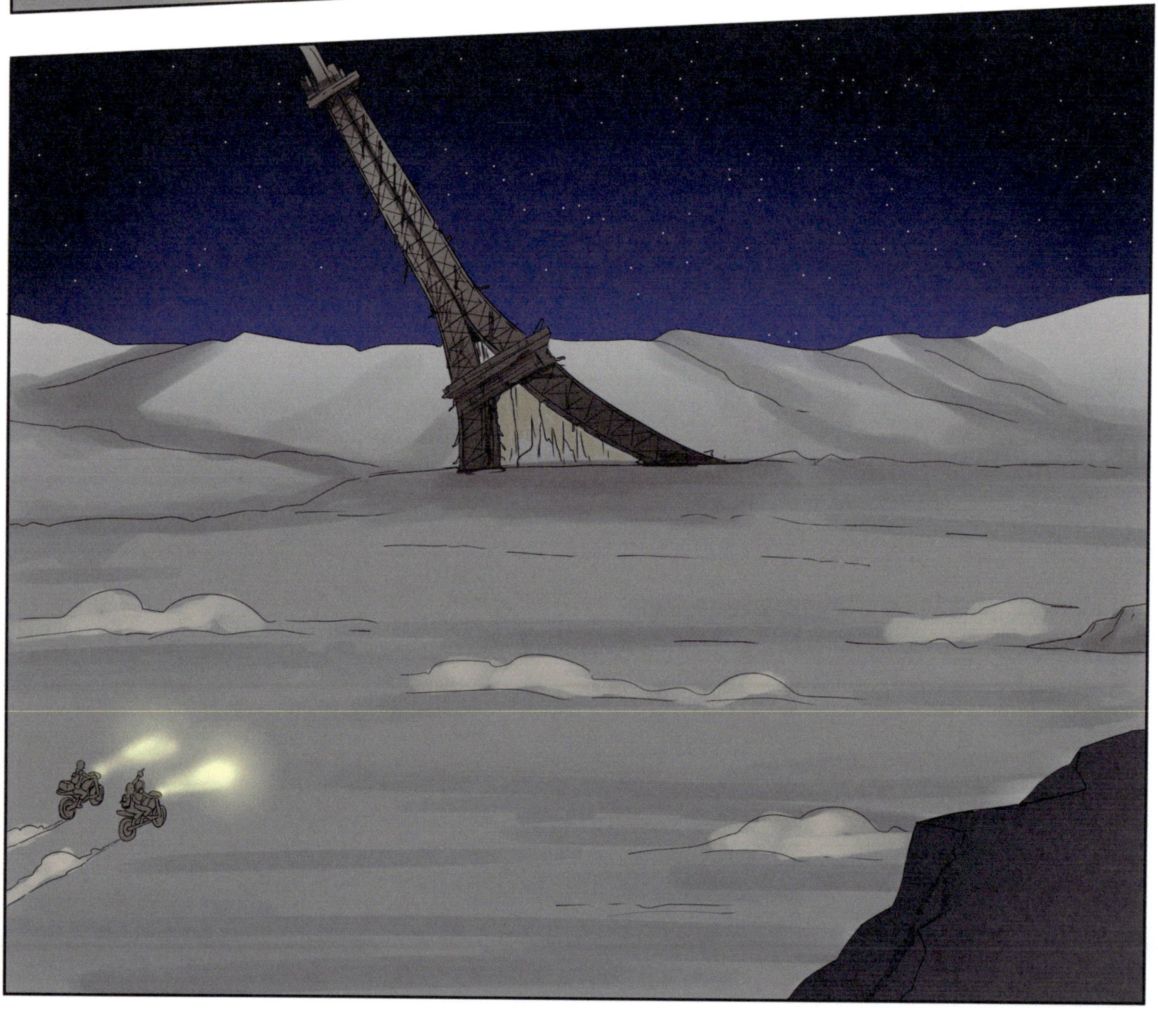

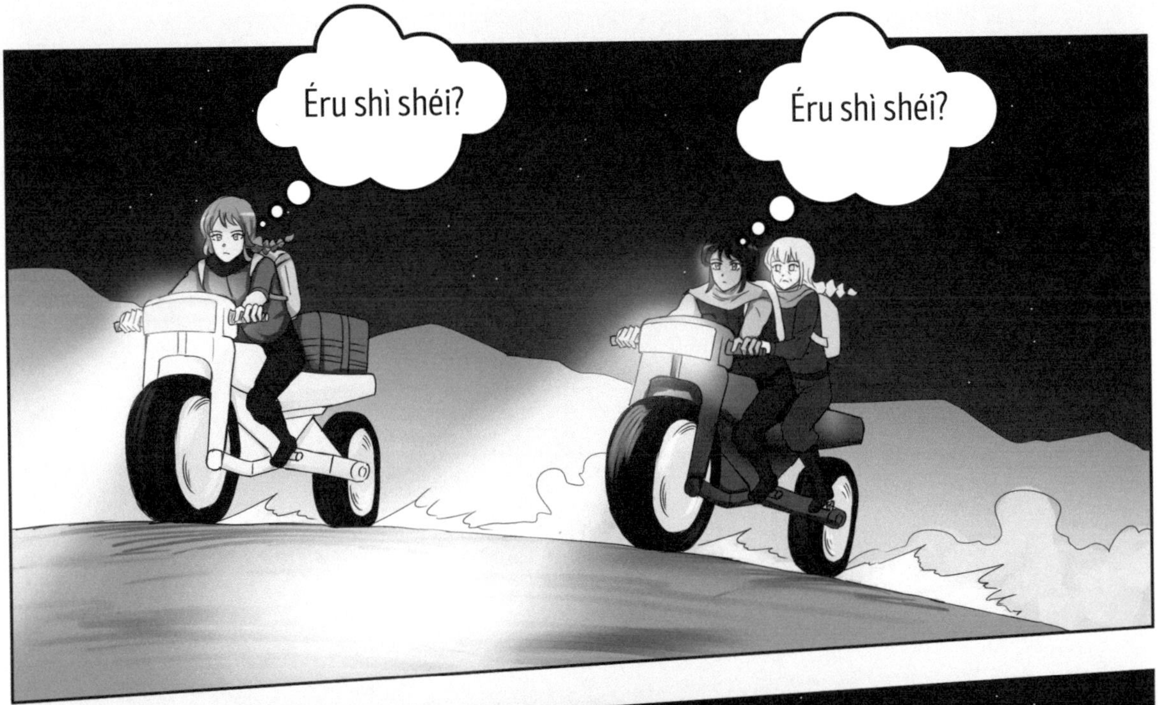
Éru shì shéi?
Éru shì shéi?

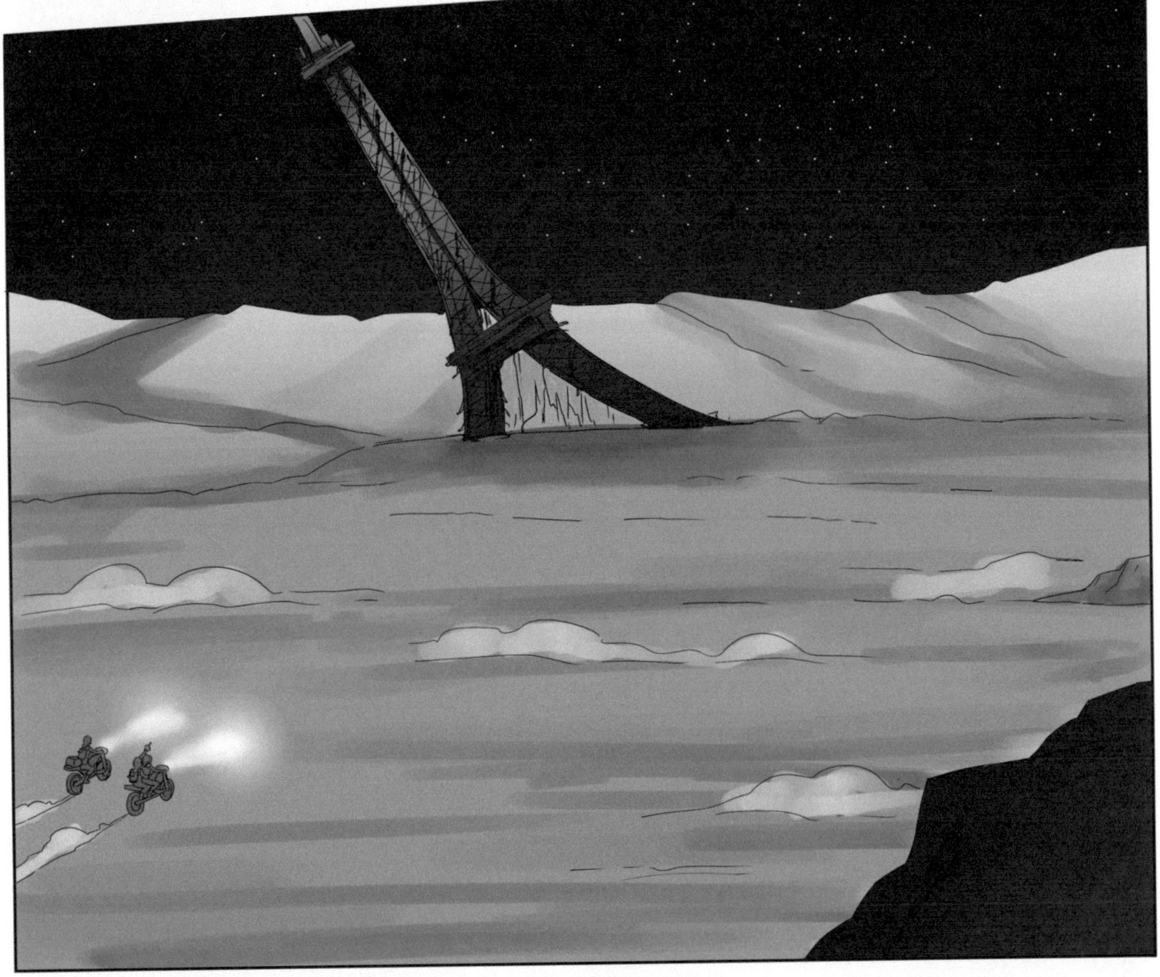

Éru … 好久不见！

Nen, 我知道你为什么来了。你的能力更大了。

我可以帮你们结合你们的能力?

现在我会知道我们的星球上所有的水在哪里。

能力 = power   星球 = planet   所有的 = all of   水 = water   结合 = combine

Éru... Haŏ jiŭ bú jiàn.

Nen, wŏ zhīdào nǐ wèi shénme lái le. Nǐ de nénglì gèng dà le.

Wŏ kěyǐ bāng nǐmen jiéhé nǐmen de nénglì?

Xiànzài wŏ huì zhīdào wŏmen de xīngqiú suŏyŏude shuǐ zài nălǐ.

nénglì = power   xīngqiú = planet   shuǐ = water   suŏyŏude = all of   jiéhé = combine

妈?

Mā?

妈妈！
Racas 人 来 了 ！
他们 到 了 ！

没有 太大 希望, 可是...

希望 = hope

Māma!
Racas rén lái le!
Tāmen dào le!
Méi yǒu tài dà xīwàng, kěshì...
BāNG

xīwàng = hope

HŌNG

KĀCHĀ

HUĀ HUĀ

我们的星球上很多水在...

HŌNG

KĀCHĀ

HUĀ HUĀ

Wǒmen de xīngqiú shàng hěn duō shuǐ zāi...

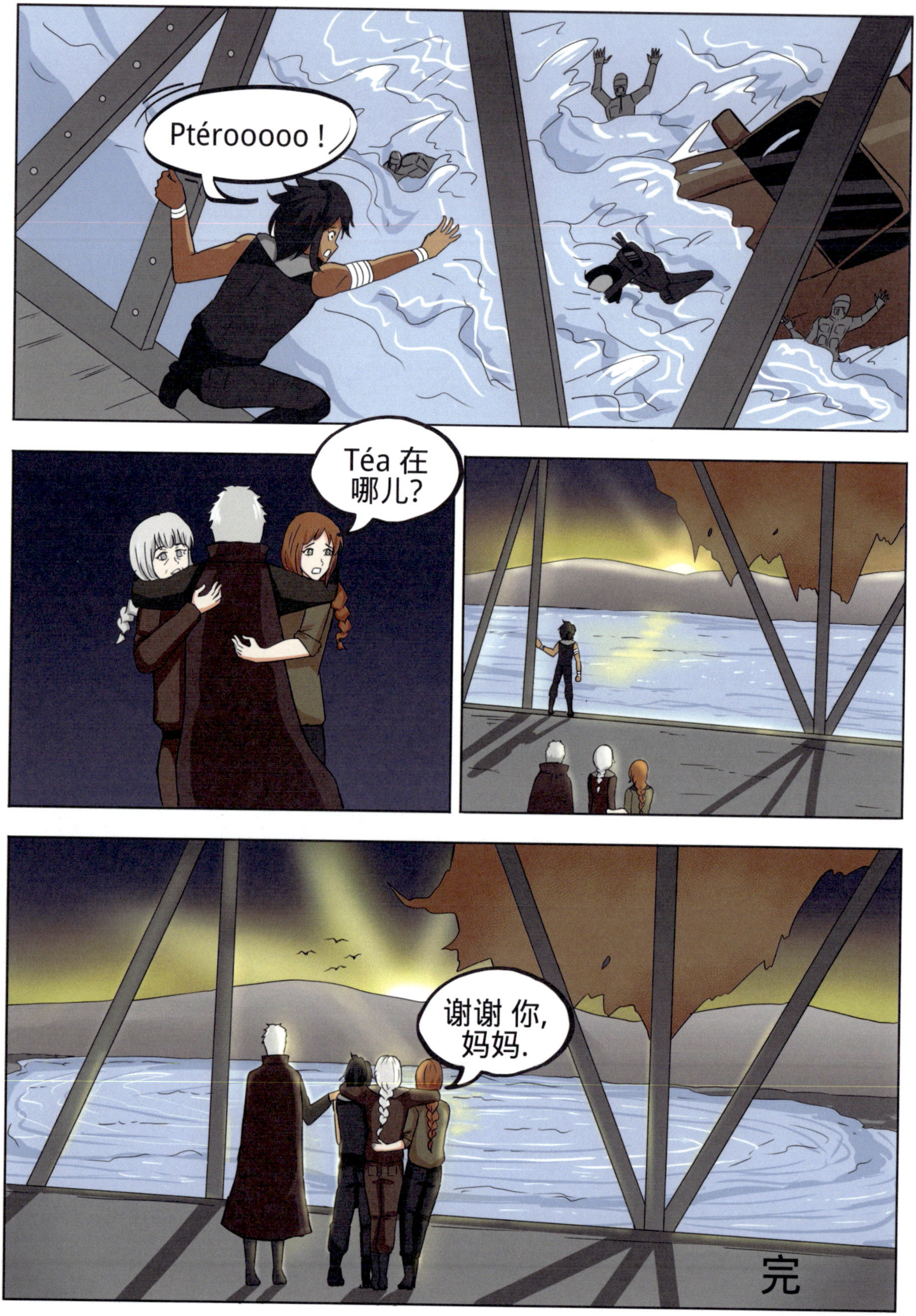
Ptérooooo !
Téa 在
哪儿?
谢谢 你,
妈妈.
完

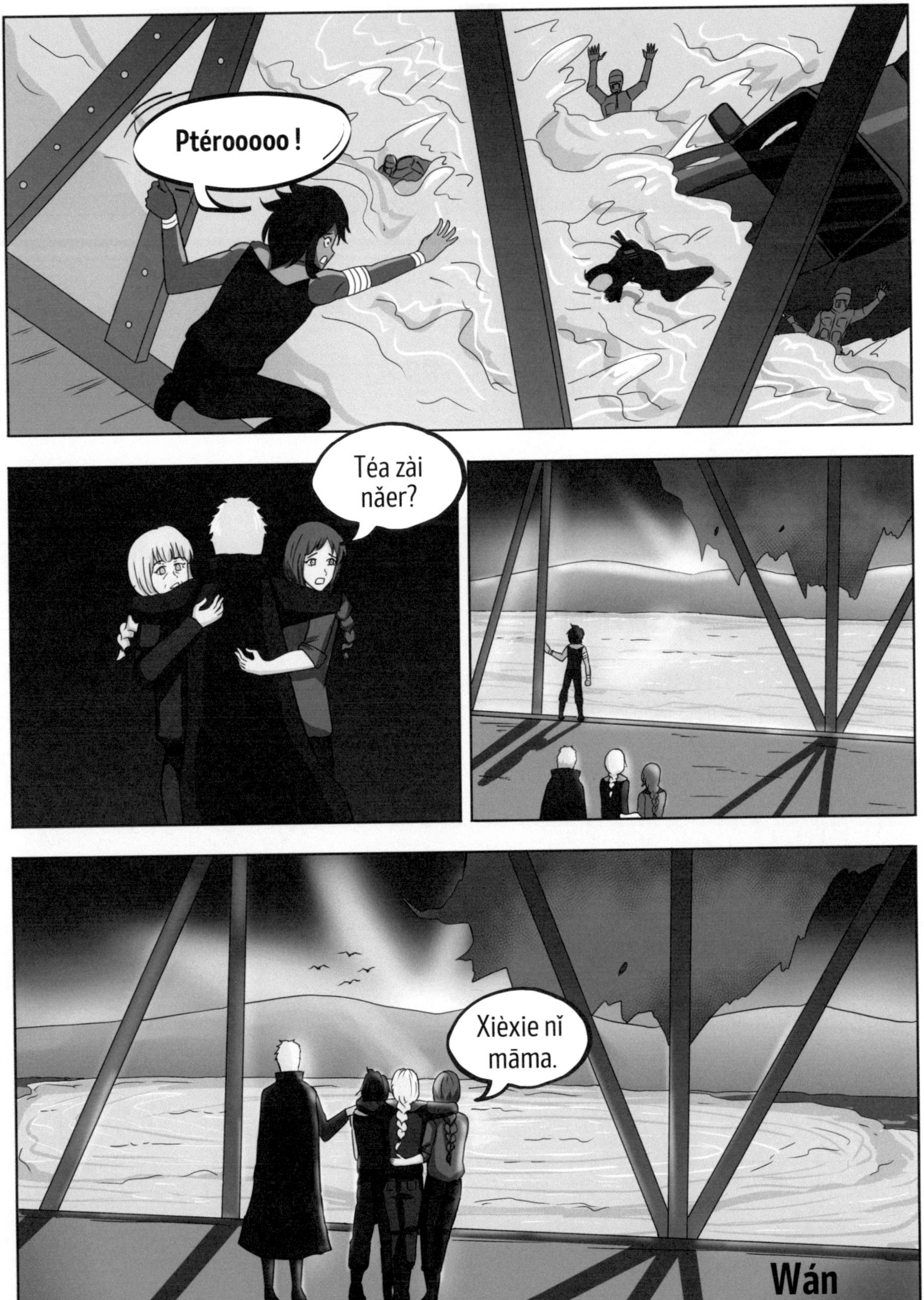
Ptérooooo !
Téa zài nǎer?
Xièxie nǐ māma.
Wán

你觉得...

1. Téa 的 星球 上 为什么 没有 水？

2. Issa 会 知道 水 在哪里，可是 Téa 不 知道。你 觉得 Téa <u>需要</u> 有 <u>特别的</u> 能力 做 特别的 人 吗？
                  needs   special

3. Nen, Téa 的 妈妈 看 不见 了。
   她 看不见，还 能 做 <u>英雄</u> 吗？
                      hero

4. 谁 <u>发明</u> 了 Ptéro 机器人？
       created

5. Éru 是 谁？

6. Ptéro <u>死了</u> 吗？
        died

7. 现在 Téa 的 星球 上 有 水 了。
   以后 会 怎么样？

8. 大人 和 孩子 一起 <u>救了</u> 他们 的 星球。我们的 星 球 也 需要 大人 和 孩子 一起 <u>救</u> 我们的 星球 吗？
                              saved   save

Nǐ jué de...

1. Téa de xīngqiú shàng wèi shénme méi yǒu shuǐ?

2. Issà huì zhīdào shuǐ zài nǎlǐ, kěshì Téa bù zhīdào.
Nǐ juéde Téa xūyào yǒu tèbié de nénglì zuò tèbié de rén ma?
              needs   special

3. Nen, Téa de māma, kàn bú jiàn le. Tā kàn bú jiàn, haí néng zuò yīngxióng ma?

4. Shéi fāmíng le Ptéro jīqìrén?
      created

5. Éru shì shéi?

6. Ptéro sǐ le ma??
       died

7. Xiànzài Téa de xīngqiú shàng yǒu shuǐ le. Yǐhòu huì zěnme yàng?

      saved
8. Dàrén hé háizi yìqǐ jiù le tāmen de xīngqiú. Wǒmen de xīngqiú yě xūyào dàrén hé háizi yìqǐ jiù wǒmen de xīngqiú ma?
      save

词汇表

Page 1

我的	wǒde - my
星球	xīngqiú - planet
以前	yǐqián - before
很	hěn - very
美	měi - beautiful
可是	kěshì - but
现在	xiànzài - now
对	duì - to
我们	wǒmen - us
不	bù - not
好	hǎo - good
是	shì - is
蓝色	lánsè - blue
和	hé - and
绿色	lǜsè - green
灰色	huīsè - grey
你	nǐ - you
看	kàn - see
太好了	tài hǎo le - great!
你	nǐ - you
很	hěn - very
有	yǒu - have
能力	nénglì - ability

Page 2

我们	wǒmen - we
走	zǒu - walk
吧	ba - (suggestion)
我的	wǒde - my
妹妹	jiějie - older sister
有	yǒu - have
能力	nénglì - ability
她	tā - she
会	huì - will
知道	zhīdào - know
水	shuǐ - water
在	zài - at
哪里	nǎlǐ - where
有	yǒu - have
水	shuǐ - water
就	jiù - then
很	hěn - very
危险	wēixiǎn - dangerous
人	rén - people
来	lái - come
了	le - (change of situation)

Page 3

车	chē	- car
是	shì	- is
一个	yīgè	- a
很好	hěnhǎo	- very good
机器人	jīqìrén	- robot
很	hěn	- very
好	hǎo	- good
快	kuài	- fast
我们	wǒmen	- we
回家	huíjiā	- go home
吧	ba	- (suggestion)

Page 4

你	nǐ	- you
觉得	juéde	- feel
他们	tāmen	- they
是	shì	- are
吗	ma	- ?
是的	shìde	- indeed
我	wǒ	- I
今晚	jīnwǎn	- tonight
要	yào	- want
回去	huíqù	- to go back
我	wǒ	- I
跟	gēn	- with
你	nǐ	- you
一起	yīqǐ	- together
去	qù	- go
不	bù	- not
太	tài	- too
危险	wéixiǎn	- dangerous
了	le	- (change of situation)

Page 5

五年以前	wǔ nián yǐqián - five years ago	今晚	jīnwǎn - tonight
人	rén - people	要	yào - want
我们的	wǒmen de - our	回去	huíqù - go back
妈妈	māma - mom	我	wǒ - I
跟	gēn - with	要	yào - want
他们	tāmen - them	知道	zhīdào - know
走	zǒu - leave	我们的	wǒmen de - our
我们的	wǒmen de - our	妈妈	māma - mom
妈妈	māma - mom	在哪里	zài nǎlǐ - where
有	yǒu - have		
能力	nénglì - ability		
她	tā - she		
会	huì - is able to		
知道	zhīdào - know		
水	shuǐ - water		
在哪里	zài nǎlǐ - where		
人	rén - people		
想要	xiǎngyào - want		
水	shuǐ - water		
我	wǒ - I		

Page 6

我们	wǒmen	- we
去	qù	- go
跟	gēn	- with
说说	shuō shuō	- let's talk
吧	ba	- (suggestion)
是	shì	- is
我们	wǒmen	- our
城市	chéngshì	- city
领导	lǐngdǎo	- leader
要	yào	- want
去	qù	- go
看	kàn	- see
人	rén	- people
地方	dìfāng	- place
不	bù	- not
行	xíng	- okay
我	wǒ	- I
觉得	juédé	- feel
说得	shuō de	- said
对	duì	- right
太	tài	- too
危险	wēixiǎn	- dangerous
了	le	- (change of situation)

Page 7

我	wǒ	- I
今晚	jīnwǎn	- tonight
要	yào	- want
回去	huíqù	- go back
我	wǒ	- I
要	yào	- want
知道	zhīdào	- know
我们的	wǒmen de	- our
妈妈	māma	- mom
在哪里	zài nǎlǐ	- where

Page 8

十	shí - ten
分钟	fēnzhōng - minutes
以后	yǐhòu - after
做	zuò - do
很	hěn - very
大的	dà de - big
声音	shēngyīn - sound
谁	sheí - who
谁	sheí - who
在	zài - at
那儿	nà'er - there

Page 9

妈	mā - mom
是	shì - is
你	nǐ - you
吗	ma - (question)
我的	wǒ de - my
小	xiǎo - little

Page 10

嘿	hēi	- hey
妈	mā	- mom
快	kuài	- quickly

Page 11

我们	wǒmen	- we
到了	dào le	- arrived
妈	mā	- mom
你的	nǐde	- your
眼睛	yǎnjing	- eyes
人	rén	- people
伤了	shāng le	- injured
我	wǒ	- me
我	wǒ	- I
看	kàn	- see
不见	bùjiàn	- can't see
了	le	- (change of situation)
可是	kěshì	- but
我	wǒ	- I
看	kàn	- see
不见	bùjiàn	- can't see
以后	yǐhòu	- afterwards
我的	wǒ de	- my
能力	nénglì	- ability
更大	gèng dà	- bigger

Page 12

现在	xiànzài - now
我	wǒ - I
会	huì - will
知道	zhīdào - know
我们的	wǒmen de - our
星球	xīngqiú - planet
所有的	suǒyǒu de - all
水	shuǐ - water
在哪里	zài - at
我们的	nǎlǐ - where
星球	wǒmen de - our
上	xīngqiú - planet
很	shàng - on
多	hěn duō - a lot of
水	shuǐ - water
在	zài - at
妈	mā - mom

Page 13

对不起	duìbùqǐ - sorry
你	nǐ - you
要	yào - want
走	zǒu - leave
什么	shénme - what
我	wǒ - I
觉得	juéde - feel
说得	shuō de - said
对	duì - right
人	rén - people
要	yào - want
来	lái - come
他们	tāmen - they
很	hěn - very
有	yǒu - have
危险	wéixiǎn - danger
城市	chéng shì - city
有	yǒu - has
危险	wéixiǎn - danger

Page 14

我们	wǒmen - we	要	yào - want to
得	deǐ - must	去	qù - go
向	xiàng - towards	看	kàn - see
北	beǐ - north	他	tā - he
走	zǒu - walk	会	huì - will
为什么	wèi shéme - why	知道	zhīdào - know
我	wǒ - I	为什么	wèi shénme - why
看	kàn - see	一个	yīgè - one
不见	bù jiàn - not see	小时	xiǎoshí - hour
以后	yǐhòu - after	以后	yǐhòu - after
我的	wǒ de - my		
能力	nénglì - ability		
更大	gèng - bigger		
了	le - (change of situation)		
我	wǒ - I		
想	xiǎng - want		
知道	zhīdào - know		
为什么	wèi shénme - why		
我们	wǒmen - we		

Page 15

是	shì	- is
谁	shéi	- who

Page 16

好久不见	hǎojiǔ bújiàn	- long time no see
知道	zhīdào	- know
为什么	wèishénme	- why
来	lái	- come
了	le	- (completed action)
你	nǐ	- you
能力	nénglì	- ability
更大	gèngdà	- bigger
现在	xiànzài	- now
会	huì	- am able to
知道	zhīdào	- know
我们的	wǒmen de	- our
星球	xīngqiú	- planet
上	shàng	- on
所有的	suǒyǒu de	- all of
水	shuǐ	- water
在哪里	zài nǎlǐ	- where
我	wǒ	- I
可以	kěyǐ	- can
帮	bāng	- help
你们	nǐmen	- you
结合	jiéhé	- combine
你们的	nǐmen de	- your
能力	nénglì	- power

Page 17

妈　mā - mom

Page 18

妈妈　māma - mom
人　rén - people
来了　lái le - came
他们　tāmen - they
到　dào - arrived
了　le - (change of situation)
没有　méiyǒu - no
太大　tài dà - too big
希望　xīwàng - hope
可是　kěshì - but

Page 19

我们的	wǒmen de - our
星球	xīngqiú - planet
上	shàng - on
很	hěn - very
多	duō - many
水	shuǐ - water
在	zài - at

Page 20

在	zài - at
哪儿	nǎr - where
谢谢	xièxiè - thank you
你	nǐ - you
妈妈	māma - mom

Made in the USA
Columbia, SC
09 April 2024